பறவையின் நிழல்

100 காதல் கவிதைகள்

பறவையின் நிழல்

பிருந்தா சாரதி

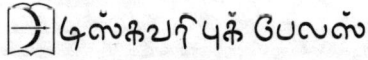
டிஸ்கவரி புக் பேலஸ்

#6, மஹாவீர் காம்ப்ளெக்ஸ், முனுசாமி சாலை,
(பாண்டிச்சேரி கெஸ்ட் ஹவுஸ் அருகில்)
கே.கே.நகர் மேற்கு, சென்னை-600 078.
பேச : 044 48557525, +91 87545 07070

பறவையின் நிழல் (கவிதைகள்)
ஆசிரியர்: **பிருந்தா சாரதி**

Paravaiyin Nizhal (Poems)
AUTHOR: Brindha Sarathi
N.Subramanian©
Publisher: Discovery Book Palace
First Edition : Apr - 2015
Second Edition : Jan - 2021
ISBN: 978-93-84301-75-0
Pages: 136.
Cover and Inner Drawings: P.R.Rajan
Book Designed by:C.S. Mahivaraman

Discovery Book Palace (P) Ltd,
6, Mahaveer Complex, Munusamy Salai,
K.K.Nagar West, Chennai-600 078.
Ph: +91 - 44-4855 7525
Mobile: +91 87545 07070

E-mail: **discoverybookpalace@gmail.com,**
Website: **www.discoverybookpalace.com**

Rs. 140

இந்த நூலில் பிரசுரமாகியுள்ள எந்த ஒரு பகுதியையும் பதிப்பாளரின் எழுத்துபூர்வமான முன்அனுமதி பெறாமல் எடுத்தாள்வதோ, மறுபிரசுரம் செய்வதோ, மொழியாக்கம் செய்வதோ, அச்சு மற்றும் மின்னணு ஊடகங்களில் மறுபதிப்பு செய்வதோ, காப்புரிமைச் சட்டப்படி தடை செய்யப்பட்டுள்ளது. இந்த நூலிலிருந்து குறிப்பிட்ட பகுதிகளை மேற்கோள்காட்டி புத்தக விமர்சனம் செய்ய, ஊடகங்களுக்கு மட்டும் அனுமதி உண்டு.

உங்கள் மொபலில் போனிலிருந்து ஸ்கேன் செய்து டிஸ்கவரி புக் பேலஸின் மொபைல் ஆப்பை டவுன்லோடு செய்து, புத்தகங்களை வாங்குங்கள்.

சமர்ப்பணம்

காதலால் கசியும்
ஒவ்வொரு துளி
கண்ணீருக்கும்.

நன்றி

இனிய உதயம்
இயக்குநர் என்.லிங்குசாமி
அண்ணன் கவிஞர் அறிவுமதி
இயக்குநர் ராஜூமுருகன்
கவிஞர் ஜெயபாஸ்கரன்
கவிஞர் ஆரூர் தமிழ்நாடன்
கவிஞர் நரன்

ஓடையில் கூழாங்கற்கள்...
உழுசாலில் விதைகள்...
~ கவிஞர் **அறிவுமதி**

புல் மேட்டில் பெய்கிற மழை ஓடை.
மணல் மேட்டில் பெய்கிற மழை ஊற்று.

நிலா இரசிக்க ஊற்று.
கூழாங்கல் இரசிக்க ஓடை.

நிலா கலைத்துத் தாகம் தீர
மனசில்லாதவன்தான்
கூழாங்கல்லை
இமைகளின் மேல் உருட்டித்
தாகம் தீர்த்துக்கொள்கிறவன்.

நிலாவிற்காக
குடிக்காதவன்தான்
நிலாவையே குடிக்கிறவன்.

நிலா குடித்தல் உயிர் இயல்பு.
கூழாங்கல் குடித்தலும்தான்.

நிலா பொது... கூழாங்கல் தனி...
தனி... தனி...
தனித் தனி...
தனி... தனி... தனி...

கூழாங்கற்களை வட்டமாக
அடுக்கினால் நிலா.
வரிசையாக அடிக்கினால்
ஓடை.
கவிதையும்... வரிசையாக
அடுக்குதல்தான்.

இது...
நீளப்பழகிய என்
நெடுநாள் உறவன்
பிருந்தா சாரதியின் அடுக்கு.
ஓடை.

பிருந்தா...
நீர் சூழ்ந்த குடந்தையன்.
எழுத்து சூழ்ந்த...
எனினும் சரிதான்.
கரைத்துக் குடித்தவன் என்பதினும்...
மூழ்கி மண் எடுத்தவன்
என்பதே மெய்.

ஓரி...
மூச்சுப் பயிற்ச்சிக்கான
நீர் விளையாட்டு.
படிப்பு...
எழுத்துப் பயிற்சிக்கான...
அதே விளையாட்டு.

வெட்டு வேணுமா...
குத்து வேணுமா... என்பதில்...
திமிர்விடைக்க ‘குத்து’ கேட்டவனுக்கான
நீர்த் தெறிப்பாய்... பிருந்தாவின்
இந்தக் கவிதைத் தெறிப்புகள்.

ஏறக்குறைய ஊத்தாவிற்குள்
அசமடக்கிய விறால்களாய்
இந்தக் கவிதைகள்.

பல... காதுகளுக்குள் விழுந்து
மறதிகளுக்குள் நழுவிப் போனவை.

கவிதைக் குறும்பன் என் லிங்குவின்
வட்டக் கேணியில்
வரிசை கட்டி அமர்ந்து
பேச்சுகளுக்குள்ளாகவே
பெரிய கவிதைகளைப் பேசிவிடுகிறவர்களில்
பிருந்தா சிறப்பன்.

'கண்ணாடி போட்ட
காதல் கண்கள்'தாம்
தொட்டி மீன்களாம்.

மழைக் குமிழ்களை...
'நீருள்பட்ட மாரிப் பேருறை
மொக்குகள் அன்ன' *(புறம் - 333)*
என முயல் முழிகளுக்கு ஒப்பிட்ட
சங்கத் தமிழ் ஈரம் இவரது
உவமையிலும் ஒத்திசைகிறது.

> 'நீ வரும் வரைதான்
> அது பேருந்து
> பிறகு விமானம்.'

கால் பாவா வெளியில்
காதல் சிந்தனை மிதக்கிறது.

> 'உனக்காக இடம் பிடித்து வைத்திருக்கிறது
> பூங்காவின் இருக்கையில்
> ஒரு பூவரசம் பூ.'

ஒவ்வொருவருக்குள்ளும்
ஒவ்வொரு ஞாபகத்தை
எழுப்பிவிடுகிற கவிதை.

'உன் வீட்டுக்கு யாராவது
வழி கேட்டால்
அவர்கள் கூடவே வந்து
உன் வீட்டில் விடுவது
என் வழக்கம்.'

அந்த நாள் அசடு வழிகிறது.

'காற்றில் ஆடும்
வாழைமர நிழலுடன் விளையாடும்
நாய்க்குட்டியின்
பிள்ளைத் தனத்தை ஒத்திருக்கிறது
என் காதல்.'

அற்புதமான கவிதை.
ஆதித் தமிழ்க் கவிதை உத்திகளை
உள் குடித்த மாயத்தின்
எளிய வெளிபாடு.

எழுது பிருந்தா.

ஓடையில் கூழாங்கற்கள் சொற்கள்.
உழுசாலில் விதைகள் சொற்கள்.
'அற்றைத் திங்கள்' தொடங்கி
அதே அடுக்குதலில்தான்
கவிதை பெருகிக் கொண்டிருக்கிறது.

வற்றாது கவிதை.
வற்றும் எனில்
நிலா... சாம்பல் தாம்பாளமாகிவிடும்.

மீன்களற்ற கொக்குகள்
வெட்டுக்கிளிகளைத் தேடுகிற
சூழலியல் சூழ்ச்சிக்குள்
ஆறுகள் வற்றலாம்.
கவிதைகள் வற்றாது.

வற்றிய ஆறுகளுக்கு
வற்றாத ஓடைகளை
இழுத்து வரப் போவதே
கவிதைகள்தாம்.

எழுது பிருந்தா...
இன்னும்... இன்னும்...
இன்னும்.

வாழ்த்துக்களோடு அண்ணன்

19.04.16 **அறிவுமதி**

சென்னை.

முட்டி நீந்தும் தொட்டி மீன்கள்
~ இயக்குநர் ராஜு முருகன்

ட்ரஸ்ட்புரத்தில் ஒரு க்ளினிக் இருக்கிறது. உடல்நலம் படுத்தும் நாட்களில் அங்குதான் செல்வேன். அதன் வரவேற்பறையில் ஒரு மீன் தொட்டி இருக்கும். டோக்கனோடு காத்திருக்கும் கணங்களில் அதையேதான் பார்த்திருக்கத் தோன்றும். கலர்கலராய் நெளிந்து நெளிந்து கண்ணாடி சுவர்களில் முட்டி முட்டி நீந்தும் அந்தத் தொட்டி மீன்கள், கனவில் கூட நீந்தித் துரத்த ஆரம்பித்துவிட்டன. அதன்பிறகு 'குக்கூ'வுக்காக மூர் மார்க்கெட்டில் விழிச்சவாலுள்ள தோழர்களைச் சந்திக்கப் போகையில், இருதளங்கள் முழுதும் விற்பனைக்கு நிறைந்திருக்கும் தொட்டி மீன்களைக் கண்டேன். விழிகளற்றவர்களின் முன்னால் கலர் கலராகக் கண்களைப் போல நெளிந்து மிதக்கும் தொட்டி மீன்கள், சென்ட்ரல், மண்ணடி சிறுவர்கள் பாலித்தீன் பை நீரில் வாங்கிப் போகும் தொட்டி மீன்கள், வெயிலின் படிக்கட்டுகளில் இறங்கிப் போகும்போது, இறந்து போகுமோ எனப் பதட்டமாகும். சில தோழர்களின் வீடுகளில் மீன் தொட்டிகளைப் பார்த்தவுடன், 'இதுக்கு சாப்பாடெல்லாம் எப்பிடி...?' என்பதுதான் முதல் கேள்வி. 'ரெண்டு நாளைக்கு ஒரு தடவ ஃப்ரெஷ் வாட்டர் ஃபில் பண்ணிருவோம். இதான்

ஃபுட்... டெய்லி டூ டைம்ஸ் போட்ருவோம்' எனப் பையிலடைத்த கலர் பொரிகளைக் காட்டுவார்கள். கடலும் நதியும் ஆறுகளும் வாய்க்கப் பெற்ற மீன்கள்... வனங்கள் வாய்க்கப் பெற்ற கிளிகள் போல அல்ல தொட்டி மீன்கள். தொட்டி மீன்கள் சட்டமிடப்பட்ட அன்பால் ஆசிர்வதிக்கப்பட்டவை. எல்லையற்ற துயரால் சபிக்கப் பட்டவை... காதலுற்ற உயிர்களைப் போல!

*

தற்சமயம் காதல் பற்றி எனக்குப் பெரிய அபிப்ராயங்கள்... ஏன் அபிப்ராயங்களே இல்லை. கற்பகம் மெஸ்ஸில் பெசரேட் சாப்பிடப்போவது போலவோ... ஹாட்ஸ்டாரில் 'டங்கல்' ஃபர்ஸ்ட் லுக் பார்ப்பது மாதிரியோ... வாட்ஸ் அப்பில் 'டப்ஸ்மேஷ்' மாதிரியோ... விளக்கு வைப்பதற்கு முன்பே தொடங்கி விடுகிற தொலைக்காட்சி விவாதங்கள் மாதிரியோ காதலென்ற வார்த்தை 'ஓ.கே' விஷயமாகிவிட்டது. இன்றையப் பிரபஞ் சப் பேரியக்கத்துக்கு காதல் என்ற வார்த்தை போதுமானதாக இல்லை.வியர்வை மின்னும் முதுகுகளோடு மெத்தையில் புதைந்திருக்கும் செல்ஃபிக்கள் முகநூலில் காணக்கிடைக்கின்றன. 96 வயதில் இறந்துகிடந்த புருஷனின் கடைவாயில் வடிந்திருந்த வாணியைத் துடைத்துப் பவுடர் போட்டுக்கொண்டிருந்த ரமணிப் பாட்டியின் சித்திரம்தான் கடவுளின் ஸ்க்ரீன் சேவர் மாதிரி நினைவில் நிற்கிறது. ஆகவே காதல் கவிதை எழுதும் மனநிலையை பல்வேறு பரிணாம–பரிமாண வளர்சிதைகளோடு அவதானிக்கிறேன். விரல்நுனியின் ஸ்பரிஸ நிலையிலிருந்து ஆன்மாவின் ஸ்படிக நிலைவரை பல்வேறு நிலைகள்.

எளிமையாக இவற்றை இரண்டு பேக்கேஜாகப் பிரிக்கலாம் எனத் தோன்றுகிறது. ஒன்று தன் நிலை. இன்னொன்று ஜென் நிலை!

யமுனைக் கரையில் புத்தர் சீடர்களோடு நடந்து கொண்டிருந்தார். அப்போது நதியில் அசைந்த நிலவைக் கண்டு சீடன் புத்தரிடம் கேட்டான் 'குரு... அசைவது நதியா...? நிலவா...?' புத்தர் புன்னகைத்துச் சொன்னார், 'நதியுமில்லைஞ் நிலவுமில்லை. உன் மனம்!' அசைவதை நதியாகவும் நிலவாகவும் பார்ப்பது தன் நிலை. மனமாக பார்ப்பது ஜென் நிலை!

*

பத்து வருடங்களுக்கு முன்பு அறிமுகமானபோது பிருந்தா சாரும் அவரது எழுத்தும் தன் நிலையில் இருந்ததாக உணர்ந்தேன். இப்போது அவரும் எழுத்தும் ஜென் நிலைக்கு வந்திருப்பதாக உணர்கிறேன். அற்புதமான உயரத்துக்குப் போய் ஊற்றுக்கண்களைத் திறந்துவிடுகிற நிலை. மௌனம் அதிகமாக அதிகமாக ப்ரியமும் கவிதையும் அடர்த்தியாகிக் கொண்டே இருக்கின்றன. இந்த நிலையை அடையாமல்,

'வானில் பறந்தாலும்
பறவையின் நிழல் மண்ணில்தான்.
நிழலைப் பின்தொடர்கிறேன் நான்
எக் கணத்திலும் பறவை
என் தோளில் வந்து அமரும்
என்ற நம்பிக்கையோடு.'

என்ற கவிதையை எழுதியிருக்க முடியாது. இம்மாதிரி இத்தொகுப்பின் பல கவிதைகளில் ஜென்னிலும்,

சூஃபியிலும், சங்கத்திலும் ததும்பும் மெடஃபர் தன்மை நிறைந்திருக்கின்றன. மிக இயல்பான உருவகங்களில் ஆழமான நினைவுகளைச் சுரக்கச் செய்யும் வார்த்தைகளை இது தருகிறது.

> 'கொல்லன் உலைக்
> காற்றுத் துருத்தியாய்
> ஊதிவிடுகிறது தீப் பொறிகளை
> உன் நினைவுகளில் இருந்து தப்பிக்க
> நான் கேட்கத் தொடங்கிய இசை.'

என்ற கவிதையை யார் படித்தாலும் மனதில் அவரவர்க்கான நினைவின் தீப்பொறிகளோடு ஒரு பாடல் ஒலிக்கத் தொடங்கும்.

> 'காற்றில் ஆடும்
> வாழை மரநிழலுடன் விளையாடும்
> நாய்க் குட்டியின்
> பிள்ளைத் தனத்தை ஒத்திருக்கிறது
> என் காதல்.'

என்பதைப் படிக்கும்போது கலாப்பிரியாவின் கவிதையைப் போல, அந்த ஆழமான கவனிப்பு வரையும் சித்திரம், 'அடடா...' என ஒரு பரவசத்தை நினைக்கவிடுகிறது. இப்படி நிறைய கவிதைகள் உள்ளே கிடக்கின்றன. சாயங்காலத்தின் பிரகாரங்களில் சட்டென எதிர்பட்டு, ஒருத்தியின் சாயலோடு நினைவில் பிசுபிசுத்துக் கொண்டேயிருக்கும் முகத்தைப் போல, ஞாபகத்தில் ஒளிர்கின்றன பிருந்தா சாரின் இந்தக் கவிதைகள்!

*

பெருநகரத்தின் முச்சந்திக் கைக் காட்டியில் மாறிக் கொண்டேயிருக்கும் வண்ணங்களைப் போல இருக்கிறது வாழ்வும் மனமும் காதலும். மனிதர்கள் கடந்து போய்க்கொண்டே இருக்கிறார்கள். ஜெமினி சிக்னலில் நுரைக்கும் இளமையோடு கடந்த தோழிகள், நரைத்த தாய்களாக வடபழனி சிக்னலில் நிற்கிறார்கள். சிவப்பு அணையும் முன் சீறியவர்களெல்லாம், தசை சுருங்கிய தகப்பன்களாய் கடக்க முடியாமல் காத்திருக்கிறார்கள் வேறொரு சிக்னலில். வண்ணங்கள் மாறிக் கொண்டே இருக்கின்றன... மனிதர்கள் கடந்து கொண்டே இருக்கிறார்கள். ப்ரியத்தின் படைப்புகள் மட்டும் அணைக்க முடியாமலும் கடக்க முடியாமலும் அகாலத்தின் தீராத சாலையில் நின்று கொண்டே இருக்கின்றன. இத்தொகுப்பில் எனக்கு ஆகவும் பிடித்த கவிதை

‘உனக்காக இடம்பிடித்து வைத்திருக்கிறது
பூங்காவின் இருக்கையில்
ஒரு பூவரசம் பூ’

ஒரு பூவரசம் பூ உதிர்வதும் இப்புவியில் அன்பின் பொருட்டேயல்லவா... மீன்கள் தொட்டிக்கு வருவதும் நிழலோடு விளையாடும் நாய்க்குட்டிக்காய் நிற்பதும் பறவைக்கு நிழலாக மேகமாவதும் பிருந்தா சாருக்கான இந்த முகவுரையும் அதன் பொருட்டே!

அன்புடன்

~ இயக்குநர் **ராஜு முருகன்**

நெஞ்சில் பதியும் நிழல்
~ கவிஞர் **ஜெயபாஸ்கரன்**

அன்பு நண்பர், கவிஞர், திரைப்பட இயக்குனர் மற்றும் உரையாடல் ஆசிரியர் திரு.பிருந்தாசாரதி அவர்கள் படைத்தளித்திருக்கின்ற "பறவையின் நிழல்" எனும் இக்கவிதைத் தொகுப்பிற்கு அணிந்துரை எழுதக் கிடைத்திருக்கும் வாய்ப்பு குறித்துப் பெருமிதம் கொள்கிறேன். ஒரு வசதிக்காகவும், பதிப்புலக வழக்கப்படியும்தான் இந்நூல் குறித்த எனது எழுத்து அணிந்துரை என்று பெயர் பெறுகின்றதே தவிர, இதில் நான் முன் வைக்க விரும்புவதெல்லாம் மனம் திறந்த, மனம் கனிந்த கருத்துப் பகிர்வுகளேயாகும்.

நாடறிந்த திரைப்பட இயக்குனரும், படத் தயாரிப்பாளரும், அதியற்புதமான குறுங் கவிதைகளைக் கொண்ட "லிங்கூ" எனும் நூலை எழுதி வெளியிட்டிருப்பவருமான அன்பு நண்பர் கவிஞர் திரு.லிங்குசாமி அவர்களின் திரை, இலக்கிய, நட்பு உலகில் முதன்மையானவர் கவிஞர் பிருந்தா சாரதி.

கவிஞர் லிங்குசாமியின் இலக்கிய விவாத அவை பொருட்செறிவு மிக்கது. அந்த அவையில் பிருந்தாசாரதி எப்போதும் இருப்பார். இயக்குனர் மணிபாரதி, பிற நட்புமுறை இயக்குனர்கள்,

உதவி இயக்குனர்கள், அந்தந்த நேரத்திற்கு அங்கே வந்து சேருகின்ற இலக்கியச் சுவைஞர்கள் மற்றும் படைப்பாளிகள் என்று எப்போதும் பலர் நிறைந்திருப்பார்கள். அப்துல்ரகுமான், அறிவுமதி, கலாப்ரியா என்று தொடங்கி தமிழின் நிகழ்கால இளம் கவிஞர்கள் வரை பலரது கவிதைகள் அந்த அவையில் மணக்க மணக்க பரிமாறப்படும்.

நல்ல கவிதைகளைத் தேடித் தேடி வாசித்து அங்கீகரித்துப் பாராட்டுவதில் லிங்குசாமியும் பிருந்தாசாரதியும் தனிச்சிறப்பு மிக்கவர்கள். அவர்களிருவரும் ஒருவரையொருவர் ஊக்குவித்துக் கொண்டும், ஒருவரையொருவர் விமர்சனப்பூர்வமாக சரிசெய்துகொண்டும் கலை இலக்கிய உலகில் இடையறாது இயங்கும் விதம் மிகவும் அழகானது. நள்ளிரவில் என்னைத் தொலைபேசியில் அழைத்து பிருந்தாசாரதியின் புதிய கவிதையொன்றை வரி பிசகாமல் சொல்லிவிட்டு லிங்குசாமி பெருமிதம் கொள்வார். அதே போல லிங்குசாமியின் கவிதைகளைக் குறித்து பிருந்தாசாரதி என்னிடம் நிறைய பேசுவதும் அவற்றின் இலக்கிய ஆழம் மற்றும் அழகியல் குறித்து வியப்பதும் உண்டு. அது மட்டுமல்ல, முகமறியாத யாரோ ஒருவர் எங்கிருந்தோ எழுதிய கவிதையொன்று நல்ல கவிதையாக இருந்துவிடும் பட்சத்தில் அவர்கள் இருவரும் அதைக்குறித்து எல்லோரிடமும் பெருமிதப்பட்டுக் கொள்வதுண்டு. இத்தகையதாக நீளும் மேலும் பல்வேறு பின்புலங்களில் இருந்து விளைந்து நமது கைகளுக்குக் கிடைத்திருப்பவையே பிருந்தாசாரதியின் "பறவையின் நிழல்" எனும் இந்த அருமையான கவிதைத் தொகுதி. ஆக, இந்நூல்

வளமான நிலப்பரப்பில் விளைந்த விதைமணிகளின் சேகரம் என்று சொன்னால் அது மிகையில்லை.

நண்பர் பிருந்தா சாரதி மிகச்சிறந்த உரையாடல் ஆசிரியர் என்பதைத் தனக்குக் கிடைத்த வாய்ப்புகளின் வாயிலாக நிரூபித்திருப்பவர். "ஆனந்தம்" திரைப்படத்தில், நீதி தேவதையிடமும் வியாபாரிகளிடமும்தான் தராசுத் தட்டுகள் தரப்பட்டுள்ளன. அந்த உயர்ந்த நம்பிக்கைக்கு நாம் துரோகம் செய்யக்கூடாது எனும் பொருளில் அவர் எழுதிய ஒரு வசனம் நீதித்துறையையும் வணிகத் துறையினரையும் என்றைக்கும் உன்னதப்படுத்திக் கொண்டேயிருக்கும். "என் வீட்டுக்கு வந்து வாழபோகிற ஒரு பெண் இப்படி நடுராத்திரியில தன் குடும்பத்தை மீறி வரக்கூடாது உங்க அப்பா எவ்வளவு பெரிய மனுசன் அவரை மீறி இப்படி நீ வரலாமா?" எனும் அவரது இன்னொரு வசனம் பிருந்தா சாரதியின் கண்ணியமான படைப்பாற்றலுக்கு மேலும் ஒரு சான்று. பிருந்தாசாரதியின் வசனம் எழுதும் ஆற்றலுக்கும் ஒப்பீட்டுப் பார்வைக்கும் இவை ஒரு சிறிய சான்றுதான். அவரது வசன வெளிப்பாட்டு ஆளுமைகள் இன்னும் நீளக்கூடியவை, கேட்கக் கேட்கத் திகட்டாதவை, இயல்பானவை.

"நடைவண்டி" எனும் தலைப்பில் பிருந்தாசாரதியின் முதல் கவிதைத் தொகுப்பு இருபது ஆண்டுகளுக்கு முன்பே வெளி வந்திருக்கிறது. லிங்குசாமியுடனான அவரது கல்லூரிக் காலமும் கவிதைகளின் காலமாகவே இருந்துள்ளது. எனவே ஒரு கவிஞர் தான் பின்னாளில் வசனகர்த்தாவாக மாறியிருக்கிறாரே

தவிர புகழ்பெற்ற ஒரு வசனகர்த்தா இப்போது திடீரெனக் கவிஞராகி விடவில்லை. இயல்பிலேயே அவர் ஒரு தரமான கவிஞராக இருப்பதால் வசன உலகில் தான் ஈட்டியுள்ள புகழையும் அறிமுகத்தையும் கவிதையுலகில் முதலீடு செய்யவேண்டிய தேவை அவருக்கு எழவில்லை.

இந்நூலின் கவிதைகள் அனைத்தும் காதல் கவிதைகள் என்பதை விட காதல் உணர்வுக் கவிதைகள் என்பதே பொருத்தமாக இருக்கும். காதல் வேறு. காதல் உணர்வு வேறு. காதல் உணர்வுகள் உள்ளுக்குள் மணப்பவை, உன்னதமானவை. இந்நூலில் இடம்பெற்றுள்ள எந்தவொரு கவிதையும், கவிதைகளின் எந்தவொரு வரியும் நாம் வாழும் இந்தச் சமூகத்திற்கும், சமூக நாகரிகங்களுக்கும் எதிரானவையல்ல என்பதே இந்நூலின் முதற் பெருஞ்சிறப்பு. இன்னும் சொல்லப்போனால் ஆண்பெண் காதலின் அக உறவு சார்ந்த நினைவுகளின் உன்னதங்களாக இந்நூலின் அனைத்துக் கவிதைகளும் விளங்குகின்றன என்றும் சொல்லலாம். மென்மையான, அழகான, புன்னகையைச் சுடரச் செய்கின்ற உன்னதமான காதல் உணர்வுகள், இலக்கியச் சுவைகளோடு ஒன்றிக் கலந்து, வேண்டிய நாகரிகத்தையும் அணிந்துகொண்டு வலம் வருவதாக இக்கவிதைகளை நான் கணிக்கிறேன். இந்நூலின் கவிதைகள் யாவற்றையும் உற்று நோக்கி உள்வாங்கும் எவரும் என் கருத்தினை ஏற்பர்.

நீர் நிலைகளும், பறவைகளும், வண்ணத்துப் பூச்சிகளும், மீன்களும், விலங்குகளும், மலர்களும், தாவரங்களும் பல்வேறு நிலக் களங்களும்,

பலவகையான பயன்பாட்டுப் பொருள்களும், வாகனங்களும் இந்நூலின் கவிதைகள் யாவற்றோடும் தேவையான அளவுக்குப் பொருந்திக் கலந்துச் சங்கமித்து இத்தொகுப்பின் கவிதைகளைச் செழுமைப்படுத்தியுள்ளன, அழகுபடுத்தியுள்ளன, தரப்படுத்தியுள்ளன. ஒன்றை இன்னொன்றால் நினைவுபடுத்தி அந்த ஒன்றை நிலைபெறச் செய்வதுவே கவிதையின் இலக்கணங்களில் முதன்மையானது. இந்த முதன்மையிலக்கணம் இந்நூலின் பெருவாரியான கவிதைகளில் இயல்பாகவே உட்புதைந்திருக்கிறது.

காற்றில் ஆடும்
வாழை மரநிழலுடன் விளையாடும்
நாய்க் குட்டியின்
பிள்ளைத் தனத்தை ஒத்திருக்கிறது
என்காதல்.

என்கிறது ஒரு கவிதை.

உன் கல்லூரி வாசலில்
நிற்கும் மரத்திற்கு
என் பெயரைச் சூட்டினாய் என
உன் தோழிகள் மூலம்
அறிந்த போது மகிழ்ந்தேன்
வேரூன்றிவிட்டது
என் காதல் என.

என்கிறது இன்னொரு கவிதை.

உன்னை மட்டும் பார்க்காமல்
இருந்திருந்தால்

> என் வாழ்க்கையை நானே
> எடைக்குப் போட்டிருப்பேன்.

என்கிறது மற்றுமொரு கவிதை. இத்தொகுப்பின் கவிதைகள் அனைத்தும் மனம் விரும்பி ஏற்று மேற்கோள்களாகக் கூறிப் பகிர்ந்துகொள்ள ஏதுவானவையே.

இக்கவிதைகள் அனைத்தையும் உள்நுழைந்து படித்துணர உங்களுக்கு வழிவிடும் வகையில் இங்கே நான் அவற்றை மேற்கோள்களாக எடுத்தாளாமல் தவிர்க்கிறேன் என்றாலும்கூட, ஒரு கவிதை குறித்து நான் சற்று உங்களுக்கு விளக்கியே ஆகவேண்டும். அந்தக் கவிதை இதுதான்.

> என் எதிரி என்று
> ஒருவனைக் காட்டினார்கள் நண்பர்கள்
> புரியாமல் கேட்டேன் யார் அவன் என!
> உன்னைக் காதலிப்பவனாம்.
> உன்னைக் காதலிப்பவன்
> எனக்கு எப்படி எதிரியாக முடியும்?
> அவனிடம் அறிமுகம் செய்துகொண்டு
> அவனுக்கும் சேர்த்து
> நான் உன்னைக் காதலிப்பதாகக் கூறி
> விலகிக் கொள்ள வேண்டினேன்
> அவனும் அதையே கூறுகிறான் என்னிடம்
> எங்களிருவரில் நீ யாரைத் தேர்ந்தெடுத்தாலும்
> இருமடங்கு காதல் கிடைக்கும் உனக்கு.

இந்தக் கவிதை முன் வைக்கும் செய்திகள் சமூகப் பூர்வமானவை. நாகரிகத்தையும், விட்டுக்

கொடுத்தலையும், பண்பாட்டையும், அன்பையும், உண்மையான காதலையும் இவற்றுக்கெல்லாம் மேலாகத் தெளிவானதொரு வழிகாட்டலையும் இக்கவிதை சமூகத்திற்கு முன்வைக்கிறது. அடுத்தவன் உன்னை அடையும் நிலை வந்தால் ஆசிட் வீசுவேன் என்கிற கோட்பாடு நிலைபெற்று அது ஆங்காங்கே அவ்வப்போது கொடூரமாக நடைமுறைப்படுத்தப்படுவதும்கூட நடக்கிற இந்தக் காலக் கட்டத்தில் அந்த இழிவுக் கலாசாரத்திற்கு எதிரான ஓர் அறிவார்ந்த விடையாக இந்தக் கவிதையை நான் பார்க்கிறேன். இக்கவிதை மிகப் பரவலாகச் சென்றடையவேண்டும் என்றும் விழைகிறேன்.

எந்தத் தகுதியையும் பெற்றிருக்காத கவிதைகளை நாம் படிக்க நேர்ந்தால் அந்தக் கவிதைகள் நம்மை விரைந்து கடந்து போய்விடும். சீரழிவான கவிதைகளை நாம் படிக்க நேர்ந்தால் நாம் அவற்றை விரைந்து கடந்துவிடுவோம். நல்ல கவிதைகள் மட்டுமே நம்மை கடந்து போகாது. நாமும் அவற்றைக்கடந்து போக விரும்ப மாட்டோம். கவிதை வாசிப்பு அனுபவம் குறித்த இம்மூன்று நிலைகளில் பிருந்தாசாரதியின் கவிதைகள் மூன்றாம் நிலையில் இருப்பவை. என்றைக்கும் நாம் அவற்றைக் கடந்து செல்ல மாட்டோம். அக்கவிதைகளும் நம்மைக் கடந்து போகாது.

இந்நூலில் இன்னொரு சிறப்பையும் நான் கவனித்தேன். பெண் உடல் உறுப்புகள் குறித்த வர்ணனைகள், அவற்றைக் குறித்த வியப்புகள், இருபொருள்கூறும் வக்கிர ஆபாசங்கள், தாப

உணர்ச்சிகளின் வெளிப்பாடுகள் என்றெல்லாம் இவற்றில் எதுவும் காணப்படவில்லை. இதுவே இந்நூலின் நாகரிகத்திற்குச் சான்றாகும். காதல் வெளிப்பாடுகளுக்காக பிருந்தா சாரதி கண்டு வியந்திருப்பது காதலியின் கண்களை மட்டுமே. அந்தக் கண்களுக்கு கீழே அவர் இறங்கவேயில்லை. கண்களைப் பற்றிய அவரது கவிதைப் பதிவுகள் பல நேரங்களில் நம்மை நெகிழ வைப்பதாக அமைந்திருக்கின்றன.

மழைத்துளியை ஏந்தும்
சிப்பியாகிறது கண்
உன்னைப் பார்க்கும்போது.

என்கிறது ஒரு கவிதை. பாரதியின் கவிதைகள் பலவற்றில் அவர் பதிவு செய்திருக்கும் கண்களைக் கண்டு நான் மெய்சிலிர்த்திருக்கிறேன். "நிலவூறித் ததும்பும் விழிகளும்" என்ற வரி ஓர் அழகான காட்சியாக மாறி என்னுள் நிலைபெற்றிருப்பதைப் போலவே இந்நூலில் கண்கள் குறித்த பிருந்தாசாரதியின் பல பதிவுகள் என்னை ஆச்சர்யப்படுத்தின.

அழகியல், உன்னதம், பாடுபொருள், நாகரிகம் என்று அனைத்துக் கூறுகளிலும் மிகச்சிறந்து விளங்கும் இக்கவிதைநூல் பரவலான வரவேற்பைப் பெறும் என்பதில் எனக்கு முழுமையான நம்பிக்கை உண்டு. காதல்கவிதைகள் எத்தகையதாக இருக்கவேண்டும் என்பதற்கான சிறந்தவோர் எடுத்துக்காட்டாக இந்நூல், விளங்குகிறது. காதல் கவிதைகள் எழுதுவதை மட்டுமே ஒரு தொழிலாகத் தேர்வு செய்துகொண்டு சிலர் எழுதத்

தொடங்கியதன் விளைவாக நீர்த்துப் போய்க் கிடக்கும் காதல் கவிதைகளில் இருந்து வேறுபட்டு அமைந்து நீந்திக் கரையேறி நம் கைகளுக்கு வந்து சேர்ந்திருக்கிறது இந்த கவிதைத் தொகுதி. சமூகத்தின் சகல கூறுகளையும் குறித்துச் சிந்தித்து கவிதை எழுதுகின்ற உண்மையான கவிதை மனோ நிலையைக் கொண்டவர் பிருந்தா சாரதி என்பதால் மட்டுமே காதல் உணர்வுகளையும் அவரால் மிகச் சிறப்பாகச் சொல்ல முடிந்திருக்கிறது.

"மின்சாரக்கொசுமட்டை", "ஞாயிற்றுக்கிழமைப் பள்ளிக்கூடம்" "நகரச்சாவு" என்றெல்லாம் நீளுகின்ற நூற்றுக்கணக்கான அவருடைய கவிதைகள் காதல் கவிதைகள் வகையில் சேராதவை, சமூக நிகழ்வுகளைப் பேரழகாகப் படம் பிடித்தும், கிளை விரித்தும் காட்டுபவை. அதுபோன்ற கவிதைகளும் அவரது கவிதையாற்றலை நமக்குத் தெளிவாக உணர்த்துகின்றன. ஒரு செய்தியை எடுத்துக்கொண்டு அதை எப்படியெப்படியெல்லாம் வளரவைத்துப் பூக்க வைக்க முடியும் என்பதற்குச் சான்றாகப் பல கவிதைகளைப் படைத்திருக்கிறார் பிருந்தா சாரதி. ஆர்வம் உள்ளவர்கள் அவரது, "மின்சாரக்கொசுமட்டை" என்ற கவிதை ஒன்றைமட்டும் படித்துப் பார்த்து என் கூற்றை உறுதி செய்து கொண்டு மற்ற கவிதைகளையும் தேடி அடையலாம்.

இந்நூலில் இடம் பெற்றிருக்கும் கவிதைகள் எனக்களித்த புன்னகையும், மகிழ்ச்சியும் இந்நூலுக்கு வெளியே இருக்கும் பிருந்தா சாரதியின் பிற கவிதைகள் எனக்குத் தந்த பெருமிதங்களும் ஒன்று சேர்ந்தே இப்படியொரு அணிந்துரையை எழுத

என்னைத் தூண்டின. இரண்டு குழந்தைகள் தங்களது கைகளைப் பற்றிக்கொண்டு எதிர் எதிர் விசையின் துணையோடு சாய்ந்த நிலையில் ராட்டினம் சுற்றிச் சுழன்றாடுவது போல நான் பிருந்தாசாரதியின் கவிதைகளைப் பற்றிக்கொண்டு சுழன்று ஆடுகிறேன். என் அனுபவம் அவரது கவிதைகளைப் படிக்கிற அனைவருக்கும் கிடைக்கும். நல்ல கவிதைகளால் தன் இலக்கிய ஆளுமைகளைத் தொடர்ந்து நிரூபித்துக் கொண்டிருக்கும் கவிஞர் பிருந்தாசாரதிக்கு என் நெஞ்சம் கனிந்த நல்வாழ்த்துகள். செல்வத்தின் பயன் ஈதல். இலக்கியத்தின் பயன் எழுதல், எழுதுதல், எல்லோர்க்கும் படைத்தல்.

எழுந்து, எழுதி எல்லோருக்கும் படைத்துக் கொண்டிருக்கிறார் பிருந்தா சாரதி. மீண்டும் அவரை நான் நெஞ்சார வாழ்த்துகிறேன்.

அன்புடன்

ஜெயபாஸ்கரன்

5.1.2016
திருவான்மியூர், சென்னை-41

தொடங்கிவிட்டேன்
உனக்கான என் யாகத்தை.
என்னிடமிருக்கும்
எல்லாவற்றையும்
இடுவேன் அதில் ஆகுதியாய்.
தேவை என்றால்
என்னையும் கூட.
கிடைப்பது வரமோ சாபமோ
எது என்றாலும் சம்மதமே.
உன் பிரசன்னம் ஒன்றே
என் வேள்வியின் லட்சியம்
தேவதையே.
●

பிருந்தா சாரதி

காற்றுக்கு நன்றி
அதுதான் படபடத்துக் கொண்டிருந்த
உன் துப்பட்டாவை
பின்னிருக்கையில் இருந்த
என் மீது படவைத்தது.
அதைச் சரி செய்ய அவசரமாகத் திரும்பிய
உன் கண்களில் வெட்கமும்
உதட்டில் சிரிப்பும் ஒரே கணத்தில்.
அந்த அபூர்வ கணத்தை
அப்படியே பத்திரப்படுத்திவிட்டேன்
இதயத்தில்.
நான் அதை எடுத்துச் செல்வது
உனக்குச் சம்மதமா?
●

பறவையின் நிழல்

மண்ணில் விழுந்த விதை
மரமாவதுபோல்
என் கண்ணில் விழுந்த நீ
காதலாகிவிட்டாய்.

பிருந்தா சாரதி

3

மறக்க முடியாத நாட்கள் என
நாட் குறிப்பில்
நான் எழுதி வைத்த
எல்லாத் தாள்களையும்
எரித்துவிட்டு மிச்சமிருக்கிறது
நீ ஒரு பார்வை பார்த்த
அந்த நாள்.

●

4

சிறு வயதில்
மிட்டாய் கேட்டு
அழுது அடம் பிடித்தும்
கிடைக்காத நாளில்
கண்ணீர் ததும்பக்
கடவுளிடம் வேண்டியிருப்பேன்
போலிருக்கிறது.
அந்தப் பிள்ளைப் பிராய
பிரார்த்தனையால்தான்
நீ பிறந்திருக்கவேண்டும்.
●

பிருந்தா சாரதி

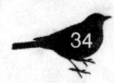

5

மழைவேண்டிக்
கோயிலில்
யாகம் நடந்த அன்று
நீ பிறந்ததாகச்
சொன்னார்கள்.

●

6

அதுவரை
போட்டியே இல்லாமல்
ஜெயித்துக் கொண்டிருந்த வானவில்
நீ பிறந்த பிறகு
பொறாமைப்படத் தொடங்கியது.

●

பிருந்தா சாரதி

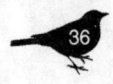

7

நீ வரும்வரைதான்
அது பேருந்து
பிறகு விமானம்.

●

8

உன் நெருப்பு நிற மேனியில்
பருத்தி உடை அணிந்து வருகிறாய்
பற்றிக்கொள்ளுமோ என
பயமாய் இருக்கிறது.

●

பிருந்தா சாரதி

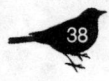

9

நீ குடை பிடித்து வரும்போது
மேகங்கள் திரள்கின்றன
மனதில்.

•

10

கண்ணாடி அணிந்த
உன் கண்கள்
தொட்டி மீன்கள்.
●

பிருந்தா சாரதி

11

கண்ணாடியாய்
மாற விரும்புகிறேன்
உன்னை அப்படியே
அள்ளிக்கொள்ள.
●

பறவையின் நிழல்

12

மழைத்துளியை ஏந்தும்
சிப்பியாகிறது கண்
உன்னைப் பார்க்கும்போது.
●

பிருந்தா சாரதி

13

கடற்கரையில்
உன்னைச் சந்திப்பதால்
என்ன பயன்?
மௌனத் துறைமுகத்தில்
நங்கூரம் பாய்ச்சி நிற்கின்றன
உன்னிடம் சொல்ல வேண்டிய
அந்த மூன்று வார்த்தைகள்.

பறவையின் நிழல்

14

நீ இரவல் வாங்கித்
திருப்பித்தந்த
என் பேனா
கவிதை எழுதத்
தொடங்கிவிட்டது.
●

பிருந்தா சாரதி

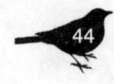

15

உன் ஒருத்திக்கு
கடிதம் எழுத முடியாததால்
ஊருக்கெல்லாம் கவிதை
எழுதிக் கொண்டிருக்கிறேன்

●

16

உன் கல்லூரி வாசலில்
நிற்கும் மரத்திற்கு
என் பெயரைச் சூட்டினாய் என
உன் தோழிகள் மூலம்
அறிந்தபோது மகிழ்ந்தேன்
வேரூன்றிவிட்டது
என் காதல் என.

●

பிருந்தா சாரதி

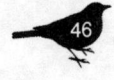

17

உனக்காக இடம்பிடித்து வைத்திருக்கிறது
பூங்காவின் இருக்கையில்
ஒரு பூவரசம் பூ

●

18

திமிங்கலத்திற்கு இரையாகிவிட்டேனோ
எனப் பதறினேன்
அகன்ற உன் கண்களுக்குள்
துளி உருவமாய்
என்னைப் பார்த்தபோது.
●

பிருந்தா சாரதி

19

நான் தாண்ட முடியாத
மேகங்களையும்
தீண்ட இயலாத
வானத்தையும்
அறிந்தவை உன் சிறகுகள்
என்பதை நான் அறிவேன்
என் உள்ளங்கையில் வந்தமர்ந்த
வெண்புறாவே.

●

பறவையின் நிழல்

20

கதை படிக்கிறாய் நீ
கவிழ்ந்திருக்கும்
உன் அகன்ற
முத்துச்சிப்பி இமைகளில்
கவிதை படிக்கிறேன் நான்.
●

பிருந்தா சாரதி

21

உன்னிடம் நான் பேசும்
எல்லா வார்த்தைகளுமே
முகமூடி போட்ட
அந்த மூன்று வார்த்தைகள்தான்.
●

பறவையின் நிழல்

22

வளைவுகளில் இருக்கிறது
மலைப் பாதைகளின்
அழகு.
நிச்சயமின்மையில்
இருக்கிறது
கனவுகளின்அழகு.
பேச்சு மாற்றிப் பேசும்
சாமர்த்தியத்தில்
இருக்கிறது
உன்அழகு.
●

23

ஒரு விடுமுறை நாளில்
யாருமற்ற
உன் வகுப்பறையில்
நீண்ட நேரம் அமர்ந்திருந்தேன்
உன் உலகிற்குள்
நான் நுழைந்துவிட்டதாக மகிழ்ந்து.
●

பறவையின் நிழல்

24

வீட்டை ஒட்டடை அடித்து
சுவர்களுக்கு வண்ணம் பூசியதுபோல்
ஆகிவிடுகிறது மனம்
உன்னைச் சந்தித்துத்
திரும்பும் போதெல்லாம்.
●

பிருந்தா சாரதி

25

உதிரும் மலர்களைப் பார்த்து
மரத்தின் கண்ணீர் என்றேன்
துளிர்க்கும் தளிர்கள்
அதன் புன்னகை என்றாய்
நம் காதலின் விதை
முளைக்கத் தொடங்கியது
அந்த மரத்தடியில்தான்.

பறவையின் நிழல்

26

உன் உள்ளங்கையை வைத்து
அதன் ஓரங்களை வரைந்தாய்
என் நாட் குறிப்பின் ஓர் ஏட்டில்.
என் காதல் தேசத்தின்
எல்லைகள் அவை
என நினைத்து அதற்குள்
வாழப் பழகிக் கொண்டேன்.

●

பிருந்தா சாரதி

27

உன் வீட்டுக்கு யாராவது
வழி கேட்டால்
அவர்கள் கூடவே வந்து
உன் வீட்டில் விடுவது
என் வழக்கம்.
●

பறவையின் நிழல்

28

உன் பெயரால்தான் அழைக்கப்படுகிறது
ஊருக்குள் உன் வீடு
அப்படியே ஆகட்டும் என் வீடும்
●

பிருந்தா சாரதி

29

என் முகத்தைக் கூட
சில நாள் நான்
பார்க்காமல் இருந்ததுண்டு
கண்ணாடி பார்க்க மறந்து.
ஆனால் ஒரு நாள்கூட
உன் முகத்தைப்
பார்க்காமல் இருந்ததில்லை
நேரிலோ புகைப்படத்திலோ.

●

பிருந்தா சாரதி

30

உன் வீட்டுத் தொட்டி மீன்களிடம்
நீ காட்டும் கரிசனத்தைப்
பார்த்தபோது
அந்தக் குட்டி மீன்களில்
ஒன்றாகிவிட்டேன் நான்.
●

பறவையின் நிழல்

31

இமைச் சுவர்களிலும்
வரைந்து வைத்துவிட்டேன்
குகை ஓவியமாய் உன்னை
இமைப் பொழுதும்
நீங்காமல் நினைத்திருக்க.
●

பிருந்தா சாரதி

32

உன் புகைப்படமும்
என் கண்களும்
எதிர் எதிர் துருவங்கள் போல.
ஒன்றை ஒன்று சந்தித்தால்
ஒட்டிக்கொள்கின்றன.

●

33

எப்போதும்
உன் நினைப்புதான்
எனக்கு.
எப்போதாவது வருமா
என் நினைப்பு
உனக்கு?

●

34

24 மணிநேரமும்
365 நாட்களும்
உன் நினைப்புதான்....
உடல் மனம் மொழி செயல்
யாவற்றிலும் உன் சாயல்.
இப்போது நான் தேடிக்கொண்டிருப்பது
உன்னைஅல்ல
என்னை.
●

பறவையின் நிழல்

35

எனக்கும் உனக்கும் இடையில்
வேறு எதையும்
அனுமதிக்க முடியாது என
உறுதியாகக் கூறினேன்.
என் அனுமதியை
எதிர்பார்க்கவேயில்லை
காதல்.

●

பிருந்தா சாரதி

36

என் எதிரி என்று
ஒருவனைக் காட்டிக் கூறினார்கள்
நண்பர்கள்.
புரியாமல் கேட்டேன்
யார் அவன் என.
உன்னைக் காதலிப்பவனாம்.
உன்னைக் காதலிப்பவன்
எனக்கு எப்படி எதிரியாக முடியும்?
அவனிடம் அறிமுகம் செய்துகொண்டு
அவனுக்கும் சேர்த்து
நான் காதலித்துக் கொள்வதாகக் கூறி
விலகிக்கொள்ள வேண்டினேன்.
அவனும் அதையே கூறுகிறான் என்னிடம்.
எங்களிருவரில்
நீ யாரைத் தேர்ந்தெடுத்தாலும்
இரு மடங்கு காதல் கிடைக்கும் உனக்கு.
●

பறவையின் நிழல்

37

ஒரு நாளில் எத்தனை முறை
நினைத்துக் கொள்வாய்
எனக் கேட்கிறாள்
ஒருமுறை இதயம் துடிப்பதற்குள்
ஒன்பது முறை
நீயே கணக்கிட்டுக் கொள் என்றேன்.
எண்ணும்போது
எண்ண முடியுமா?
எண்ணிப் பார்க்கட்டும்.
●

பிருந்தா சாரதி

38

உன் நினைவில் மூழ்கியிருந்தேன்
கண்கள் மூடி.
கண் திறந்து பார்க்கும்போது
ஒரு பட்டாம்பூச்சி
என் தலையைச் சுற்றிச் செல்கிறது.
உன் நினைவின் சுகந்தம்
வீசியிருக்கலாம் என்னிடமிருந்து
என நினைத்துக்கொள்கிறேன்.

●

39

நான் நீயாவது லட்சியம்
அடுத்து
நான் மறைந்த நீயும்
நீ நிறைந்த நீயும்
ஒன்றாவது கனவு.
பின் கனவும் லட்சியமும்
தொலைத்து
நீயாய் இருப்பதையே
நினைக்காதிருக்கவேண்டும்
நான்
இல்லை நீ.
●

பறவையின் நிழல்

40

கடவுள் எனக்கு எழுதிய
கடிதம் நீ.

●

பிருந்தா சாரதி

41

தூக்கத்தில் புதைத்தேன்
தொந்தரவாய் இருந்த
உன் நினைவுகளை.
அவை கனவுகளாக மாறி
உன்னிடமே என்னை
அழைத்து வந்துவிட்டன
மீண்டும்.

●

பறவையின் நிழல்

42

எனக்குள் நீ புகுந்த பிறகுதான் புரிந்தது
சொர்க்கம் நரகம் இரண்டும்
தனக்குள்தான் என்பது.

●

பிருந்தா சாரதி

43

வெளியில் தெரியும் காட்சிகள் எல்லாம்
உள்ளே நடப்பவற்றின் எதிர்ப்பதம்
என்பதை உணர்த்துகிறது
உன் பேச்சு.

●

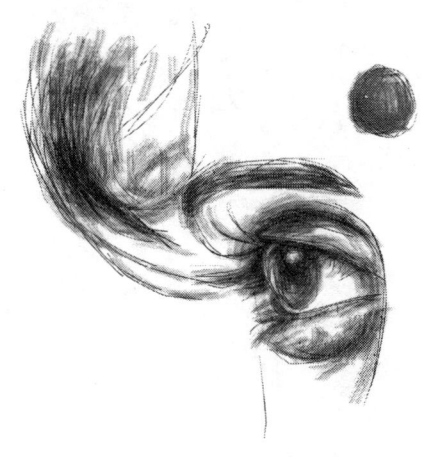

44

காந்த முள்ளால்
வழி நடத்தப்படும்
கப்பலைப் போல்
உன் கண்களால்
வழிநடத்தப்படுகிறது
என் வாழ்க்கை.

●

பிருந்தா சாரதி

45

கண்ணாடி வளையல் அணிந்த
உன் கைகளால்
இறுக்கிக் கட்டிப்பிடித்தாய் என்னை
ஆசீர்வதிக்கப்பட்ட ஒரு தினத்தில்.
அப்போது அவ்வளையல்களில்
ஒன்று உடைந்து
என் தோளில் காயம் பட்டது.
உடனே உதடு குவித்து
எச்சில் மருந்திட்டாய் அங்கே
என் காயத்தில்
இரு உதடுகள் முளைத்தன
அக்கணம்.

●

பறவையின் நிழல்

46

காற்றில் ஆடும்
வாழை மரநிழலுடன் விளையாடும்
நாய்க் குட்டியின்
பிள்ளைத் தனத்தை ஒத்திருக்கிறது
என்காதல்.
●

பிருந்தா சாரதி

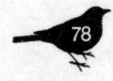

47

வானில் சிறு மேகமாவேன்
பறவையே உனக்கு
நிழல் தர.

●

48

உன்னை மட்டும் பார்க்காமல்
இருந்திருந்தால்
என் வாழ்க்கையை நானே
எடைக்குப் போட்டிருப்பேன்.
●

பிருந்தா சாரதி

49

முதல் சந்திப்பில்
கை கொடுத்தபோது
உண்டான இதத்தை
உன்னோடிருக்கும்
ஒவ்வொரு கணத்திலும்
தருகிறாய்.

●

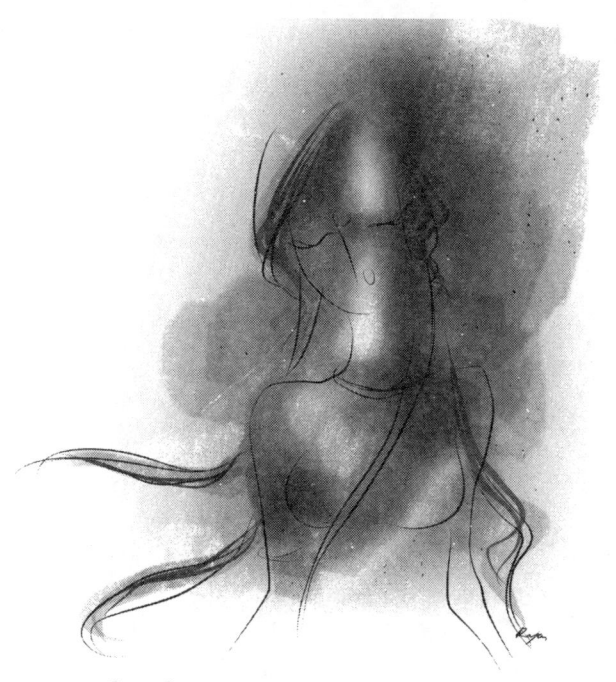

50

உறங்கும்போது
என் ஒவ்வோர் அணுவும்
வெள்ளைக்காகிதம் ஆகிறது.
உன் செய்தியை அவற்றில்
எழுதிச் செல்கிறாய்
கனவில் வரும் நீ.

●

பிருந்தா சாரதி

51

மனதின் தாழ்வாரங்களில்
ஓய்வதாயில்லை
உன் சிரிப்பின் எதிரொலிகள்.
பெருகிக் கொண்டே போகின்றன
அலை அலையாய்.
புதிய கடல்கள் உற்பத்தி ஆகி
இசை அலைகள்
கரை மீறுகின்றன.
காலம் மறந்து
நீந்திக் கொண்டே இருக்கிறேன்
அதில் நான்.
●

பறவையின் நிழல்

52

மறத்தலே இன்றி
நினைத்துக் கொண்டிருப்பதும் உண்டு.
நினைவே இன்றி
மறந்திருப்பதும் உண்டு.
பாயும் நதி வெள்ளத்தில்
நீந்திக்கொண்டிருக்கும்போது
நீரில் இருப்பதை
நினைத்திருந்தால் என்ன?
மறந்திருந்தால் என்ன?
●

பிருந்தா சாரதி

53

என் துயரங்களுக்காக
நீ சிந்திய ஒரு சொட்டுக் கண்ணீரில்
என் போன ஜென்மத்து
மனச் சுமைகளும்
கரைந்து போயின.
விடைபெற்றபோது நீ தந்த
அணைப்பின் வெப்பத்தில்
இன்னும் சில
ஜென்மங்களைக் கடப்பதற்கான
எரிபொருள் கிடைத்தது.

●

பறவையின் நிழல்

54

ஒளி கடந்து
ஒலி கடந்து
சுவை கடந்து
மணம் கடந்து
மனம் கடந்து
குணம் கடந்து
செல்ல முடியுமெனில்
உனக்கும் அதைச்
சொல்லிக் கொடுத்த பின்பே
செல்வேன்.

●

பிருந்தா சாரதி

55

கேலி செய்கிறார்கள் நண்பர்கள்
உன் உருவெளித் தோற்றத்தோடு
நான் வாழ்வதாக.
நிரூபித்துவிடு சீக்கிரம்
உன்னோடுதான் நான்
வாழ்ந்துகொண்டிருக்கிறேன் என்று.
●

பறவையின் நிழல்

56

ஒரே நேரம் ஒரே இடத்திற்கு
வந்துவிட்ட பின்பும்
உன்னைப் பார்க்கக்கூட முடியாமல்
காலமும் இடமும்
கண்ணாமூச்சி காட்டியதை
விதி என்று சொல்லாமல்
வேறென்ன சொல்ல?

●

பிருந்தா சாரதி

57

உன் வருகைக்காகக்
காத்திருப்பது எனக்குப் புதிதல்ல.
நீ வராமல் இருந்தால்
உன்னை முன்னிலும்
அதிகமாக அதிகமாக எதிர்பார்ப்பேன்
என்பது உனக்குத் தெரியாதா?
மேலும் மேலும் ஏக்கத்தோடு
மழையை எதிர் பார்க்கும்
தரிசு நிலமாகிறேன் அப்போது.
●

பறவையின் நிழல்

58

என்னைச் சிலையாக்கிவிட்டு
என் நிழலை
நடனமாட வைக்கிறது
உன் திடீர் வருகை.

●

பிருந்தா சாரதி

59

சொல்லிவிடாதீர்கள் அவளிடம்...
அவள் உதடு கவ்வி முத்தமிட்ட
அந்த நொடியில் நான் கொஞ்சம்
டிராகுலாஆகியிருந்தேன்.
●

பறவையின் நிழல்

60

நீ கடந்து வந்த
வனங்களின் கதையைச்
சொல்கின்றன
படபடக்கும் உன் இறக்கைகள்.
●

பிருந்தா சாரதி

61

தொடங்கத் தெரிந்தது
மனிதனின் அறிவு.
நிறுத்தத் தெரிந்தது
ஞானியின் தெளிவு.
எனக்கோ
நிறுத்தத் தெரியவில்லை
உன் மீதான என் காதலை.
இப் பிறவியில்
ஞானியாகும் யோகம்
வாய்க்காதவன் நான்.
ஜென்ம ஜென்மாய்த்
தொடரட்டும்
உனது இந்த சேவை.

●

பறவையின் நிழல்

62

நீ இல்லாத உலகம்
எனக்கு வெறும் கனவு.
கனவில் உன்னைக் காண முடிந்தாலும்
அதுவே என் வாழ்க்கை.
●

பறவையின் நிழல்

63

உன் மீதான
என் அளவில்லாத பிரியங்களை
பதுக்கி வைத்திருக்கிறேன்
வீடு மாறிச் செல்கையில்
நீ தந்த உன்
பாஸ்போர்ட் அளவு
கறுப்பு வெள்ளை
புகைப்படத்தில்.
●

பிருந்தா சாரதி

64

நிலை வாசல் கதவுக்கு
நீ தந்த முத்தம்
இன்னமும் அங்கேயேதான்
இருக்கிறது.
●

பறவையின் நிழல்

65

உன்னைச் சமாளிப்பதை விடவும்
சிரமமானது
உன் நினைவுகளைச் சமாளிப்பது
●

பிருந்தா சாரதி

66

பொறுக்கமுடியவில்லை உன்னை
அனுப்பி வையடி என்னை.
●

பறவையின் நிழல்

67

உன் ஊரைக்
கடந்து செல்லும்போது
பேருந்தின் வெக்கை மாறி
ஈரக்காற்று வீசுகிறது முகத்தில்
திடீர் என்று.
●

பிருந்தா சாரதி

68

உன் புகைப் படத்துக்குக்கூட
உயிர் இருப்பதாக நினைத்து
பேசிக்கொண்டிருக்கிறேன் நான்.
நான் உயிரோடு இருப்பதையே மறந்து
என்னுடன் பேசுவதில்லை நீ.
●

பறவையின் நிழல்

69

காற்றில் உதிரும்
சருகாய் உதிர்கிறது
உன்னைப் பார்த்ததும்
உன்மீதான என் கோபம்.

●

பிருந்தா சாரதி

70

இப்போது நம் காதல்
சந்தையில் துடிக்கும் மீன்
படக்கூடாத கண்களில்
பட்டு விட்டது.
●

பறவையின் நிழல்

71

வேட்டையாடப்பட்ட மிருகத்தின்
வெறித்த கண்களாகிவிட்டன
என் கண்கள்
இது தான் கடைசி சந்திப்பு என
நீ கூறிச் சென்ற பிறகு.

●

பிருந்தா சாரதி

72

கழுத்தறுபட்ட சேவலாய்
எம்பி எம்பிக் குதிக்கிறது
உன் புறக்கணிப்புக்கு ஆளான
என் காதல்.

●

பறவையின் நிழல்

73

ஒத்திகை பார்க்கப்பட்ட நாடகக் காட்சிபோல்
அத்தனைக் கச்சிதமாக அமைந்திருந்தது
நம் கடைசிச் சந்திப்பு.
ஒப்பனை கலைந்துபோன
நம் இருவரின் முகங்களையும்
ஒரு பார்வையாளனாக
வெறித்துப் பார்த்துக்கொண்டிருந்த காதல்
பின் வெளியேறிவிட்டது.
அனாதையாகி இருந்தன
சில சொற்களும்
சில கண்ணீர்த் துளிகளும்
கேட்க நாதியின்றி.

●

பிருந்தா சாரதி

74

வார்த்தைகளை
இறைத்து இறைத்து
தோற்றுக் கொனடிருக்கிறேன் நான்.
மௌனத்தை
நீட்டித்து நீட்டித்து
ஜெயித்துக்கொண்டிருக்கிறாய் நீ.
●

பறவையின் நிழல்

75

காதல் தராசின் ஒரு தட்டில்
என் சொற்கள்
மறு தட்டில் உன் மௌனம்
நான் எத்தனைச் சொற்கள்
வைத்தாலும்
தரை தொட்ட உன் தட்டு
மேலெழ மறுப்பதேன்?
●

பிருந்தா சாரதி

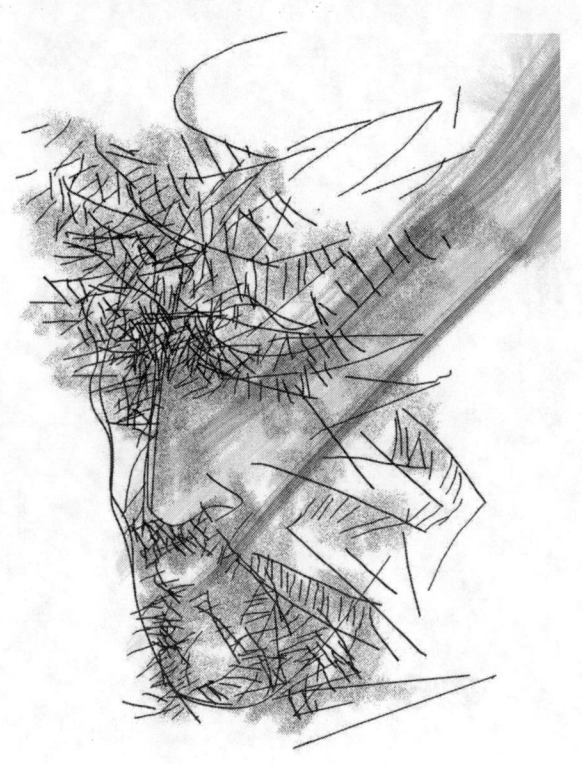

76

தவிக்கும் இதயத்தைத்
தனிமையில் விடாதே.

●

பறவையின் நிழல்

77

உன்னை மீண்டும்
பார்க்க முடியாதா எனும்
ஏக்கத்தை ஏற்படுத்துகிறது
இந்த நீண்ட இடைவெளி.
பகல் கனவின்
இடம்மாறு தோற்றப்பிழையால்
நிரப்பப்படாமல் போயிருந்தால்
நானே எனக்கொரு
கல்லறையாகியிருப்பேன்

●

பிருந்தா சாரதி

78

கொல்லன் உலைக்
காற்றுத் துருத்தியாய்
ஊதிவிடுகிறது தீப்பொறிகளை
உன் நினைவுகளில் இருந்து தப்பிக்க
நான் கேட்கத் தொடங்கிய இசை.
●

பறவையின் நிழல்

79

எல்லையற்று
விரிகிறது வெறுமை.
எனது
காலிக் கோப்பையில்
கானல் நீரை
நிரப்பிக்கொண்டிருக்கிறது
காலம்.
நீ.........ண்ண்ண்........டு..........
செல்கிறது
நிழல்கனவு.
எப்போது வரப் போகிறாய்
நீ?
●

பிருந்தா சாரதி

80

உன் பிரிவால் நான்
வருந்துவதை அறிந்து
வருந்தினாயாம் நீ.
தீக்குளிப்பவனைக்
கண்ணீர் சிந்திக்
காப்பாற்ற முடியுமா
எனக் கேட்கிறேன் நான்.

●

பறவையின் நிழல்

81

என் உள்ளங்கை நெல் மணிகளை
நீ கொத்திக் கொத்திக் தின்றபோது
உன் கூரிய அலகுகள்
தந்த வலி சுகமாயிருந்தது.
இன்று கைநிறைய
தானியங்கள்
நீ வராத வெறுமைதான்
வலிக்கிறது.
●

பிருந்தா சாரதி

82

ஒரு கோடை விடுமுறையில்
உன் வீட்டு மாடிப்படியின்
அரையிருட்டில்
நெருக்கமான ஒரு தூரத்தில்
நின்றபடி
தொட்டும் தொடாமல்
நாம் உரையாடிக் கொண்டிருந்த
சொற்களை
காலத்தின் வனாந்திரத்திற்கு
எடுத்துச்சென்று
இன்றும் பாடிக்கொண்டிருக்கிறது
அன்றைய நம்
மூச்சுக்காற்று.

●

பறவையின் நிழல்

83

உன்னைப் பார்த்ததாக
யாராவது என்னிடம் சொன்னால்
உடனே அவர்கள் கண்களில் புகுந்து
உன்னைத் தேடத் தொடங்கிவிடுகின்றன
என் கண்கள்.

●

பிருந்தா சாரதி

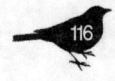

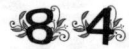

84

உச்சந்தலையை
மயிலிறகால் வருடி
எதிர்பாராத ஒரு தருணத்தில்
இதயத்தை
வேட்டையாடிவிட்டது காதல்.

●

85

நடமாடும் கல்லறை
இந்த உடல்.
அதில் புதைத்து விட்டேன்
என் இதயத்தை
அது துடிப்பது தெரிந்தும்.
வேறு என்ன செய்வது நான்
உனக்குப் பிடிக்காத ஒன்றை
வைத்துக்கொண்டு?
●

பிருந்தா சாரதி

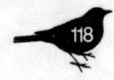

86

தண்ணீருக்குக் கேட்காமல் போகுமா
தாகத்தின் குரல்?
நீ மேகத்தில் இருக்கிறாயா?
கடலில் இருக்கிறாயா?

●

87

நினைக்கவே கூடாது என
நினைக்கப்படுகிறாய்.
●

பிருந்தா சாரதி

88

உன் மென்மை வன்மை
இரண்டையும் காட்டினாய்
தண்ணீராகவும்
பனிப் பாறையாகவும்.
இரண்டையும் தீர்மானித்தது
நீயல்ல
உன்னைச் சுற்றியிருந்த சூழலே
என்பதை அறிந்தபோது அறிந்தேன்
நீ மென்மையும் அல்ல
வன்மையும் அல்ல
உண்மை என்று.

●

89

விடிந்த பிறகும் விலகாமல்
சூரியன் வரும்வரை
வானில் காத்திருக்கும்
நிலவை ஞாபகப்படுத்தியது
மண மக்களுக்குப்
பரிசளித்த பிறகும் போகாமல்
நான் வரும்வரை
தோழிகளுடன் பேசுவதுபோல்
மண்டப வாசலில் காத்திருந்த
உன் அன்பு.

●

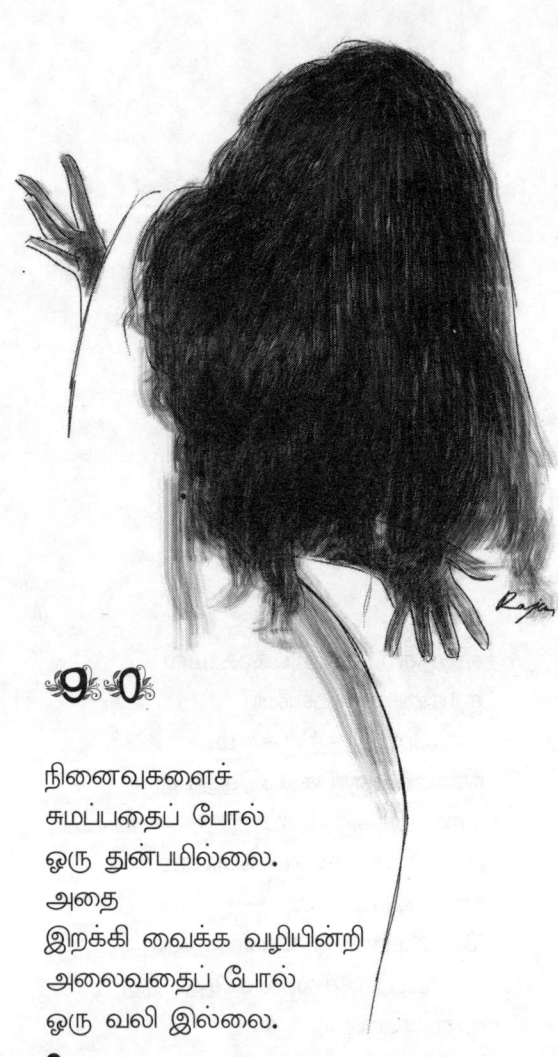

90

நினைவுகளைச்
சுமப்பதைப் போல்
ஒரு துன்பமில்லை.
அதை
இறக்கி வைக்க வழியின்றி
அலைவதைப் போல்
ஒரு வலி இல்லை.
●

பறவையின் நிழல்

91

காலமே சொல்
எங்கே அழைத்துச் செல்லப் போகிறாய்
என் காதலை
மண மேடைக்கா?
நாடக மேடைக்கா?
●

பிருந்தா சாரதி

92

முத்த எச்சிலும்
வேதனைக் கண்ணீரும்
கலக்காத மையால்
எழுத முடியுமா
உன்னைப் பற்றியோ
என்னைப் பற்றியோ
நம்மைப் பற்றியோ
ஒரே ஒரு சொல்.

●

93

நடத்து உன் நாடகத்தை
ஒரு வருத்தமும் இல்லை
அதை முடித்து விடாதே
என்றுதான் கெஞ்சுகிறேன்
பிரிவுக்காட்சியிலாவது
சந்தித்துக்கொள்ளலாம் நாம்.

●

பிருந்தா சாரதி

94

நாடகம் முடிந்து
திரைச் சீலையும் விழுந்துவிட்டது
ஒப்பனையைக் கலைக்க
மனமில்லை.

●

பறவையின் நிழல்

95

இன்றும் பார்த்தேன்
உன் கல்லூரிப்
பேருந்து நிறுத்தத்தில்
உன் சாயலில்
ஒருத்தியை.
●

பிருந்தா சாரதி

96

குழந்தைகள் உலகிலும்
காதலர்கள் உலகிலும் இல்லை
இறந்த காலம்
நிகழ் காலம்
எதிர் காலம் என
மூன்று காலம்.
●

பறவையின் நிழல்

97

மழையைக் கொட்டித் தீர்த்து
நிம்மதியடையும்
மேகம் போல்
நிம்மதியடைகிறது மனம்
உன்னைப் பற்றி
ஏதாவது எழுதித் தீர்க்கும்போது.
●

பிருந்தா சாரதி

98

வானில் பறந்தாலும்
பறவையின் நிழல் மண்ணில்தான்.
நிழலைப் பின்தொடர்கிறேன் நான்
எக் கணத்திலும் பறவை
என் தோளில் வந்து அமரும்
என்ற நம்பிக்கையோடு.
●

பறவையின் நிழல்

உன் துறைமுகத்துக்கு
அனுப்பி வைத்த
என் கவிதைகளை
கரையேற்றுவதோ
நடுக் கடலில்
அலைக்கழிப்பதோ
உனது உரிமை.
●

பிருந்தா சாரதி

100

காலமும் வெளியும்
பார்வைப் புலன் தாண்டிய
கண்ணாடித் தொட்டியின்
விளிம்புகளாக...
ஒற்றை மீனென அதில் நீந்துகிறது
உன் மீதான என் தாகம்.
●

பறவையின் நிழல்

பிருந்தா சாரதி